குழந்தையின் சிரிப்பு

நீ பிறந்த நொடித்துளியோ

அம்மா என்கிற

வார்த்தை அவிழ்த்திய முன்

சிரிப்புடன் ஒலித்த

உன் குரலுடன் ஒப்பிடுகையில்

எந்தவொரு இசைக்கருவிகளும்

தோற்று இரண்டாமிடம்

தள்ளப்படுகின்றதே!

★★★★★

அவளும் நானும்

மலைமுகடு மேல்

உச்சி முனையில் அமைந்த

கருங்கற் பாறை ஒன்றில்

சின்னஞ்சிறு உளி கொண்டு

காதல் வெளிப்பாடாய்

கவிதைகள் தீட்டினோம்

அவளும் நானும் சேர்ந்து.

★★★★★

மீண்டும் ஒரு விண்ணப்பம்

என் நெற்றியில் நனைந்து இழுந்த

பொட்டிற்கு கூட தெரிந்திருக்கும்

நான் ஏன் இடப்பட்டுள்ளேன் என்று?

பெண்ணே! ஏன் புரியவில்லை உனக்கு

இரத்தத் துகள்களை அணுவினை பிரித்தாற்போல்

அணுஅணுவினாய் பிரித்தேன்

உன்னை அகழ்ந்து பார்த்திடுகையில்!

உனக்கு மீண்டும் ஒரு விண்ணப்பம்

கண்களுடன் செவிகளையும் திறந்திடுவாயாக!

★★★★★

பனித்துளி

மரச்செடிகளின் இசைவின்றி

காற்றின் ஓசையில்லா நிலையிலும்

அதிகாலை குளிருடன்

ஒரு சிறிய நீர்த்துளியாய்

அவற்றின் உடல் முழுவதிலும்

பூத்த முதல்ப்பூ நீ.

★★★★★

என்னவளே!

என்னவளின் வருகையால்

ரோஜாபூக்களின் இதழ்களும்

மயங்கி உதிர்கின்றது

அவள் கூந்தலின் நறுமணம்

நுகர்ந்த பிறகு.

★★★★★

வாழ்வியல் அறம்

தம் உயிரே பெரிதாயின்

செடிக்கொடிகளில் உயிர் இல்லை

என்போர் கூற்று விளைந்திடவே

இந்நாட்டு காக்கை குருவியும்

கத்தி கூச்சலிட்டு சிதறடிக்கிறது

இந்நிலை ஏன்?

என்றெல்லாம் வினவினால்

விடை யாவரும் அறியா

முடிவிலியாகவே நீடிக்கின்றது.

★★★★★

மின்விளக்கு

உடல் சூடு தாங்கா நம்மிடையே

பெரும் சூட்டுடன்

இடைவிடா ஒளிர்ந்த

மின்விளக்கே அணைந்துவிடுகிறது

தன்னம்பிக்கையை இழந்த

ஒருநாளில்.

★★★★★

வண்ணப்பூவா ? வாடியப்பூவா ?

வண்ணப்பூவா? வாடியப்பூவா?

மலர்ந்த வண்ணப்பூவிடம்

நிறம் ஒப்பிட்டு பார்த்திட,

தோற்றுப் போகும் வாடிய மலரே

ஒப்பனை இடுகையில்

இன்றியமையாதாகி விடுகின்றது

வாசனை திரவியமாய்.

★★★★★

பேனா

என் சட்டையிலுள்ள பேனாவோ

அழுது அடம்பிடித்து

ஆறாக அவிழ்த்தியது

கண்ணீர்த் துளியினை

அதற்கு இன்றும் தெரியவில்லை

தாம் அழுதிட

ஓர் இனம் மகிழ்கிறதே என்று.

★★★★★

தந்தை

நீ செய்யும் தியாகத்தால்

எவ்வொரு நொடியிலும்

உன்னுடன் ஒப்பிடுகையில்

தோற்றுக் கொண்டே

இருக்கின்றது

ஒளிதரும் மெழுகுவர்த்தி!

★★★★★

விதையின் கற்பனை

மண்ணில் புதைந்த

விதை ஒன்றின் கற்பனை

முளைந்திடாது என நினைத்து

முளைத்து நீண்டு

வளர்ந்தது எப்படி?

மண்ணின் வளத்தினாலா? அன்று

விதையின் முயற்சியினாலா?

★★★★★

தமிழும் தாயும்

மொழி வளத்தன்மையால் மூத்தவளும்

மொழியுடன் முதலில் அவிழ்ந்த முதற்மொழியும்

வார்த்தைகளாய் வேறாயினும்

பொருளுடன் ஒப்பிடுகையில்

இரண்டிற்கும் உள்ளே தான்

போட்டிகள் நிகழ்ந்து

இவ்விரண்டுமே வெற்றி பெறுகின்றது.

★★★★★

புத்தகம்

அனுதினமும் அகழ்ந்து பார்த்தேன்

உன் புதிய பக்கங்களுடன்

மயக்கத்திலிருந்த

என் கண்களை

கண் விழித்திட செய்தது

உனது வரிகள்!

உலகமறிய உன்னைப் படித்தேன்

உன்னை உலகமாய்ப் படித்தேன்.

★★★★★

விடாமுயற்சி

ஓடத்துடிக்கும் எனது கால்கள்

கற்பனை கனவில் மூழ்கியது

எவ்வித விடாமுயற்சியுமின்றி!

தோல்வியுற்ற பின் தோன்றியது

வெற்றி என்னும் கனி அடைய

முயற்சியினை சுவைத்திட

வேண்டும் என்று.

★★★★★

ஒலிவாங்கி

உண்மையும் பொய்யும்

எவையென அறிந்திடா

பிறர் உரைக்கும் பேச்சினை உமிழும்

தலைகளின் மேல்

எண்ணற்றத் துளைகளையுடைய

ஒரு சின்னஞ்சிறு கருவி.

★★★★★

பாய்மரப்படகு

நான்கு திசையிலும் நீரோட்டம்

அகன்ற அகழியினுள்

மரத்தால் ஆன மிதப்பு ஒன்று

அங்கும் இங்குமாய்

சாய்ந்து சாய்ந்து

தொழில் வளம் செய்திட

முன்னே செல்கிறதே?

★★★★★

ஒரு தலைப்பு

மனமகிழ் வழிந்தோட

புதியதொரு புதுமையாய்

கவி ஒன்று படைக்க

நான் விரும்பியபோதெல்லாம்

காணாமல் போனதென்றோ?

ஒரு தலைப்பும் கூட.

★★★★★

மழைநீர்

சிறகுகள் அற்ற

எண்ணிலடங்கா கருமேகங்கள்

சண்டையிட்டு உராய்ந்திட,

அவிழும் நீர்த்துளி

மகிழ்வுறும் நேரங்கழித்து

சில நேரங்களில்

கவலையுற்றே வழிந்தோடுகின்றது.

★★★★★

பிம்பம்

என்னினுள் விளைந்த சிந்தனையால்

சிதைந்து விடுகின்றேன்

சிலநேரங்களில்

இந்நிலை ஏன்?

நான் பார்த்தேன் நீயும் பார்த்தாய் !

நான் செய்திட நீயும் செய்தாய் !

கடிந்து கொண்டே கண்

விழித்துப் பார்தேன்

கண்ணாடி என் முன்

உள்ளதென்று.

★★★★★

தன்னம்பிக்கை

நெருப்பினை பார்த்து

முன்னோக்கி செல்லும்

பயந்திடாத வான்குடையே

இறுதியில் வான் உயர்ந்து

கீழ் நோக்கி பார்த்து

மகிழ்வித்து மகிழ்கின்றது.

★★★★★

ஊஞ்சல்

இருகயிற்றின் முனையில்

பெரியதொரு பலகை

அமர்ந்து ஆடிட

முன்னும் பின்னும் அசைந்து

வான் மேகக்கூட்டங்கள்

தலையினை தொட்டுப்பார்த்தாற்போல்

மீண்டும் மீண்டுமாய்

அமரத்துடித்திடும்

அழகிய ஒரு நிகழ்வு.

★★★★★

தாய்மை

ஈரைந்து மாதங்கள்

கனத்த சுமையோடு

கடின களைப்புகளாய்

காத்திருந்தாள் ஒரு தாய்

தன் குழந்தையினைப் பெற்றெடுக்க

பாலூட்டி வளர்த்த மகள்

தாலாட்டி சிரித்து மகிழ்ந்தாள்

தாய்மை பண்பினை காத்திட.

★★★★★

ஏமாற்றம்

மையின்றி இருந்த பேனாவும்

மனமின்றி உதவிடாத கரங்களும்

இவ்விரண்டும் எந்நிலையிலும்

பயன்படாது என்றபோதிலும்

எப்பொழுதுமே தன்கூட்டு

அரவணைப்பில்

அமர வைத்திருப்போம்

நம்மை நாம் ஏமாற்றிக்கொண்டு.

★★★★★

ஒத்திகை

ஒத்திகை இல்லாத

நடனம் பார்த்தேன்

குழந்தையின் நடனத்தில்!

ஒத்திகை இல்லாத

மகிழ்வு கண்டேன்

வறுமையிலும் மகிழ்பவனிடம்!

ஒத்திகை இல்லாத

பேச்சினை கேட்டேன்

தோல்வி அடைந்தவனின் பேச்சில்!

★★★★★

நீர்வீழ்ச்சி

வழுக்கும் தன்மை கொண்ட

பெரும்பாறை ஒன்று

அடைத்து வைக்க முடியாத

நிலை அறிந்து

மேலிருந்து கீழ்நோக்கி

அவிழ்த்தியது

இயற்கையின் அழகிய

நீர் ஓட்டத்தினை.

★★★★★

கவிதை

கைகளில் புலம்பியெழும்

குறுகிய வரையறைகளாய்

மனம் ஈர்த்த வார்த்தைகளுடன்

காதல் கலந்த வரிகளாய்

வரையறுக்கப்பட்ட

இரத்தினச் சுருக்கங்கள்.

★★★★★

விவசாயம்

கோழி கூவுன சத்தத்திலே

கஞ்சிப்படி எடுத்து வைத்து

அரைசாண் வயிற்றை நிரப்பிக்கிட்டு

வான் உயர்ந்த மலை அருகே

இன்னிசை பாடும் குருவிகளுடன்

ஏர்க்கலப்பையை மண்ணிலிட

மாடு அதை இழுத்து நகர்த்தி

உழுது முடித்திட,

வான் நோக்கி நிமிர்ந்தால்

மேகக் கூட்டம் மழை அவிழ்த்திட

மண்ணுலகம் குளிர்ந்து

செடி கொடியெல்லாம் உயிர்ப்பெற்றது.

★★★★★

மொட்டுகளின் மயக்கம்

வாடிய பூக்களெல்லாம்

வருந்தியதில்லை!

உதிர்ந்த இலைகளெல்லாம்

வாடியதில்லை! ஏன்?

முளையத் தொடங்கும் மொட்டுகள்தான்

வளர்ந்திடும் நிலையறிந்து

மயங்கி விழுகின்றது.

★★★★★

வானும் நீரும்

வான் பொழிந்த மழைத்துளியோ

எவரிடம் செல்ல ஏங்கியிருப்பின்

மனமுற்ற நிலையில்

கண்ணீராய் மாறி அவழ்ந்திட

ஒரு துளி நீர்

பல துளி ஆயிற்றே.

★★★★★

ஒரு மரம்

வெயிலின் தாக்கத்தால்

அழைந்து திரிந்த என்னிடம்

நானும் உன்னை

போலவே இருந்திருந்தால்

நீ என் நிழலின்க்கீழ்

இருக்க இயலாது என்று

கேளிக்கையாக கூறியது

ஒரு மரம்.

★★★★★

வாழ்க்கை

இரவில் தோன்றிய கனவும்

பகலில் தோன்றிய நிகழ்வும்

வாழ்வின் இறுதி அல்ல

முடிவு என நினைத்து

முடித்து விடுகின்றனர்

வாழ்க்கையினை ஒரு சிலர்.

★★★★★

கடிகாரம்

எந்தவொரு வடிவத்திலும்

நுள்நுழைந்த எங்களை

கடந்து செல்ல

பெரிய நடு சிறிய

இம்மூன்று கடிகார முட்களும்

ஒவ்வொன்றும் போட்டிகளுடன்

நானே சிறந்தவன்

என்று எண்ணிக்கொள்கிறது.

★★★★★

என் நிழல்

என்னுடைய செயல்கள்

பிம்பமாய் எதிரொலித்து

நான் செய்வதை நீயும் செய்திட

தோன்றிடும் நிலையினை

பறைசாற்றுகின்றது ஒவ்வொன்றும்

என்னை போலத் தான்

என் நிழலும் என்பதனை.

★★★★★

கண்ணாடியா? முகப்பொழிவா?

மகிழ்ந்த முகத்துடன்

கண்ணாடி பார்த்தேன்

என்னுடன் கண்ணாடியும் மிளிர்ந்தது

சிறிது நேர இடைவெளியுடன்

மீண்டும் மீண்டும் பார்த்தேன்

மிளிர்ந்து எல்லாம் தகர்ந்தது

ஒரு நொடித்துளி நினைத்தேன்

தேய்ந்தது கண்ணாடியா?

முகப்பொழிவா? என்று.

★★★★★

என் வீட்டுச்சமையலறை

என் வீட்டுச்சமையலறை

சின்னஞ்சிறு மருந்தறை

அஞ்சரைப் பெட்டி அரவணைக்க

பிணியெல்லாம் ஒழிதலாயிற்று !

மண்பானைக் குடிநீரோ

மாசற்று உள்ளதாயின்

தொற்று யாவும் தொலைந்தனவே !

தாயன்பு அளந்திட உதவும்

ஒற்றைச் சான்று

நீ தான்.

★★★★★

மகளிர் தினம்

மகளிர்தினம் !

மாற்றங்கள் நிறைந்த ஓர் தினம் !

உழைப்பு உதிர்த்த உமக்கு

ஊக்கம் தந்திடும் ஓர் தினம் !

பெண்ணுரிமையை கொண்டாட

பெண்களுக்கு ஓர் தினமாம் !

மதிப்பு மிக்க மகளீராய்

மகிழ்வுடன் ஓர் தினமாம்!

தன்னம்பிக்கை ஒன்று இருந்ததனால்

தழைத்து வளர்ந்தது பெண்ணினமே !

★★★★★

தீபாவளி

இருள் நீங்கி ஒளிர்ந்திட

தீப ஒளியே வா வா !

மழலையரெல்லாம் மகிழ்விக்க

இனிப்புகளுடன் வா வா !

படபட என்னும் இசையுடனே

வாணவேடிக்கையாய் வா வா !

மகிழ்வுடன் என்றும் இயைந்திட

புதிய ஒளியாய் விளைந்து வா வா !

★★★★★

சிவந்த கண்கள்

சில மாற்று நிகழ்வினால்

தவறு ஏதும் செய்திடாத

வெளிர்ந்த எமது கண்களும்

தண்டனைக்கு உள்ளாகி

வெண்மையிலிருந்து சிவந்த கண்களாய்

உருமாற்றம் அடைகின்றது.

★★★★★

கோரிக்கை

பேனாவிடம் கோரிக்கை வைத்தேன்

உன்னை பயன்படுத்தி

எழுதும் எந்தவொரு விடையினையும்

சரியாகவே தந்து விடு

தவறாக பதில் கூறி

ஆசிரியர்களிடம் அடிவாங்க

வைத்துவிடாதே என்று.

★★★★★

பிரதிபலிப்பு

பிம்பங்களற்ற காகிதங்களின்

இரண்டு பக்கங்களும்

எந்த நேரங்களிலும்,

எதாவதொன்றை

பிரதிபலித்து கொண்டு தான்

இருக்கின்றது.

★★★★★

எழுதுங்கள்

நீங்கள் எழுதுங்கள்

இயன்றதை இயைந்து எழுதுங்கள்

நீங்கள் எழுதுங்கள்

காகித இலையின்

இறுதிப் பக்கம் வரை எழுதுங்கள்

எழுதுகோல் தன்

இறுதிமூச்சினை அடையும் வரை

எழுதுங்கள்.

★★★★★

தேர்தல்க் களம்

தலைவன் ஒருவனை தேர்ந்தெடுக்க

தலைதலையாய் கூட்டம் குவிந்தது

தெரு தெருவாய் செல்வார்கள்

சிறந்தவன் நான் என்றே சொல்வார்கள்

கூட்டம்கூட்டமாய் சென்றிடுவோம்

சனநாயக கடமை ஆற்றிடுவோம்

ஒரு விரலுடன் உன்வாக்கு

உன் உரிமையை சொன்னது.

★★★★★

உதிர்ந்த இறகுகள்

இளம்பறவையின் இறகுகள்

அங்கும் இங்கும் பறந்திட

வயது முதிர்ந்த பறவையோ

மெல்லிய ரோம இறகுகளுடன்

பறந்திட முனைந்து

இறகுகள் உதிர்ந்து விடுகிறது.

★★★★★

முடிவிலி பயணம்

ஒரு பயணம்!

முடிவு இன்றி

ஒரு பயணம்

வாழ்வின் தொடர் ஓட்டத்தினால்

முடிவு இன்றி

நீண்டு விடுகின்றது

இன்பமும் துன்பமும்

கலந்த ஓர் கலவையாய்.

★★★★★

காதலின் வெறுப்பு

இரு அணுத்துகளின் இடைவெளிவிட

சிறிதென்ப இடைவெளி கொண்ட

நம்மிடம் தோன்றிய வெறுப்பினால்

கல்லே கரைந்தபோதிலும்

உன் கனத்த இதயம்

கரைந்திடவில்லையே

என் காதலி.

★★★★★

இரு அணுத்துகளின் இடைவெளிவிட

சிறிதென்ப இடைவெளி கொண்ட

நம்மிடம் தோன்றிய வெறுப்பினால்

நீர்த்துளி வீணாதல்

காய்ந்த நெற்மணிகளுடன்

தாகமாய் நின்று

தண்ணீர் கேட்டோம்

தரமறுத்தது அண்டை மாநிலங்கள்

கலங்கிய நமக்கு

வெள்ளக்காடாய்

கண்ணீர்த்துளியினை

அவிழ்த்தியது வானதேவதை

அதற்கு இன்றும் தெரிந்திடவில்லை

நான் அவிழ்த்திய துளிகளெல்லாம்

கடலில் கலந்து

வீணாகின்றது என்று.

★★★★★

பணம்

வெற்று காகிதமாய் எண்ணிட

வீசி தூக்கி எறிந்து

காணாமல் ஆக்கிவிடுகிறது

சிலநேரங்களில்

காசு என்கின்ற

பெரும் மதிப்புடைய தாள்.

★★★★★

யோசனை

அழுத்தம் அடைந்த மனதினுள்

நீ விதைத்த வினையால்

வெற்றிதோல்வி முற்றுடன்

நீண்ட முடிவிலி தொடர்ப் பயணமாய்

தொடர்ந்து துளைத்து

விடுகின்றது

எந்தவொரு தனிமனித வாழ்விலும்!

★★★★★

மீண்டும் அடைதல்

தவறி விழுந்த கண்ணாடியாய்

சேராமல் நாம் துடித்திடினும்

உதட்டிலெழும் வார்த்தைகளாய்

என்னுள் நீயும்

உன்னுள் நானும்

உயிர்ப்படைவோம் எப்பிறவியிலும்.

★★★★★

மரணம்

அழுகையுடன் அலறல்களும்

முச்சந்தியில் தொடங்கிய ஒப்பாரியுடன்

மாலைகளும் நற்பேச்சுக்களும்

உயிருக்குச் செல்லாமல்

உடலை நோக்கிச் சென்றது

அவரின் இறுதி பயணத்தில்.

★★★★★

உப்பின் அழுகுரல்

உங்களால் மிதித்து மிதித்து

உருவான என்னை

நீங்களே சிந்திக்காமல்

கொதிக்கும் நீரில் தள்ளிவிடுகிறீர்கள்

நான் எனது உடலை

எங்கு போய் தேடிக்கொள்வது?

★★★★★

எழுத்துகள்

வாசிப்பாளர்கள் இல்லாத

நூலகம் ஒன்றில்

புத்தகத்தில் புதையுண்ட எழுத்துகளே

வாசிப்பாளராய் மாறி

அனைத்தையும்

படித்து முடித்துவிடுகிறது.

★★★★★

உன்னை நோக்கி

உன் கண் விழிக்கு

நெருங்கிய தொலைவில் உள்ள

எனது கவிதை வரிகள்

என்னுடைய நினைவுகளுடன்

உன் செவிகளில் சேர்ந்து

அரவணைத்திடும்

உன்னுடன் சேர்ந்திடும் ஒருநாளில்.

★★★★★

தனிமை

பாலைவனம் எப்போதும்

தனிமை என்பதையே

விரும்புவது இல்லை

கள்ளிச்செடி அங்கு வளர்வதால்!

மனிதன் மட்டும் தான்

அனைத்தும் இருந்தும்

தனிமையை விரும்பி

வாழ்வைத் தொலைக்கிறான்.

★★★★★

தேனீக்களின் கவலை

பூக்கும் மலரின் நிலையறிந்து

மகிழ்வுடன் காத்திருந்த

தேனீக் கூட்டம்

அம்மலர்ப் பூத்தப் பின்

கவலையுற்று சென்றது

பூத்தப் மலரில்

தேன் இல்லை என்பதால்.

★★★★★

தேநீர்

அதிகாலை செய்தித்தாளுடன்

உன்னுடன் தொடங்கிய பயணம்

வேலையின் இடை நேரங்களில்

களைப்புகளை நீக்கி,

மனதுப் புத்துணர்ச்சி என

உதடுகளில் கொடுக்கப்படும்

ஐந்து நிமிட ஒத்தடத்தால்

சுவைத்துவிடும்

மூன்றெழுத்து முத்தம் தேநீர்.

★★★★★

கதிரவன்

அதிகாலை தோற்ற விளைவால்

ஒளிர்ந்த உனது ஒளிக்கீற்று

சிறு புல் தொடங்கி

ஆறு அறிவு மனிதன் வரை

வெப்ப அலையால்

கொன்று குவித்து விடுகிறாய்

ஏனென்று தெரியவில்லை? எதற்கு

மழைக்காலத்தில் மட்டும் நீ

ஓடி ஒளிந்து கொள்கிறாய்.

★★★★★

அவளின் முகப்பொலிவு

தலைப்புகளின்றி தவித்த நேரங்களில்

அவளின் முகப்பொலிவே

தலைப்புகளாய் மாறி

கவிகளாய்க் கோர்த்து

காவியம் ஒன்றினை

அழகாய் வடிவமைக்கிறது.

★★★★★

மனதின் தன்மை

மழைத்துளி போன்ற

உன் கண்ணீரோடு

நானும் ஒருநாள்

கரைந்து போனேன்

என் மனம்

உன் மனதை விட

இலகுவாக உள்ளது என்பதால்!

★★★★★

மறுத்தலின் விளைவு

காதலித்து காதலித்து

கசந்து போய்

காணாமலே போனேன்

அவள் என்னை

காதலிக்க மறுத்ததால்.

★★★★★

எழுதுகோல்

தன் மேனி முழுவதும் நீரோட்டம்

யாரிடமும் சென்று

கண்ணீர் விடலாம்

என நினைத்து நினைத்து

தனக்கு தானே அழுது

வழிந்து ஓடச் செய்கிறது.

★★★★★

கனவில் காதல்

கனவில் தோன்றிய கவிதை

காணாமல் போனது

கண் விழித்தப் பின்!

கற்பனையிலும் சென்று

களைத்துப் பார்த்தேன்!

கனத்த நொடியில்

காதல் மலர்ந்தது.

★★★★★

திருமணம்

மனதினை ஈர்த்து

மனம் சேரும் மங்கள நாளில்

பூத்தப்பூவினை மாலையாய் மாற்றி

மணமக்கள் மணமேடையில்

மாலையிட,

மகிழ்ந்த முகத்தில்

வெளிர்ந்த மனமாய்

இன்று போல் என்றுமாய்

மகிழ்வுடன் வாழ்ந்திடுவீர்.

★★★★★

எதனை ஏற்பது!

எதனை ஏற்பது!

சிவகாசி வெடி வாங்கி

வெடியுங்கள் என ஒருபுறம்,

வெடி வெடித்து காற்றை

மாசுபடுத்தாதீர் என மறுபுறம்,

இரண்டுக்குமிடையில்

மக்கள் சிக்கித் தவிக்கின்றனர்.

★★★★★

ஏழைத்தந்தை

ஓர் ஏழைத்தந்தையின்

அழுகுரல்

வானத்தை நோக்கியது!

எப்படிப்பட்டாவது

பண்டிகை நாட்களில்

மழையினை

பொழிந்திட வேண்டும் என்று!

★★★★★

காற்றில் கவிதை

காகித இலைகளையும் தாண்டி

காற்றிலும் அவளுக்காக

கவிதைகள் தீட்டினேன்

என்னுடைய மனதின் முத்தளினாலா?

மாற்றத்தின் முத்தளினாலா?

★★★★★

மழைத்துளியா? நெருப்புத்துளியா?

வானிலிருந்து விழும்

மழைத்துளியோ

நெருப்புத்துளியாக

விழுமேயானால்

உலக உயிர்கள்

எங்கு போய்

ஒளிந்துக் கொள்வது?

★★★★★

கவிதைக் காதலன்

அங்கும் இங்குமாய்

அழைந்து திரிந்து

இரசித்தேன்!

இரசித்துக் கொண்டே இருந்தேன்!

கவிதை வடிவில்

காதலன் ஆகி

உன்னை காதலித்து விட

வேண்டும் என்று.

★★★★★

திருக்குறள்

அகரம் தொடங்கி னகர முற்றுடன்

திசையெங்கும் பரவியுள்ள தமிழ்மொழியில்

மூப்பில்லாத் தமிழில் அமைந்த வெண்பாவாய்

மனிதனுக்கு மனிதனே எழுதிய

உலகம் போற்றும் முப்பால் வேதமே!

பிறப்பொக்கும் எல்லா உயிர்க்கும்

என்கிற உனது வரிகள்

அன்பு நெறியை அனைவரிடமும்

ஆழப்படுத்தியதே!

★★★★★

இளந்துளிகள்

இளந்துளிகள்!

இளமை வெளிக்கொணர்ந்த துளிகள்

இளமை மாறாத் தமிழுடன்

உயிர்ப்புடன் துடித்துதிடும்

இன்றியமையாத கவித்தொகுப்பின்

வடிவில் அமைந்த

கூட்டுக்களஞ்சியமே!

★★★★★